thơ

ĐẶNG KIM CÔN

ĐÀNH SAO THIÊN THU

*Cho con
Khánh Duy, Hoàng Duy*

ĐÀNH SAO THIÊN THU
Thơ Đặng Kim Côn

Bìa: Uyên Nguyên Trần Triết
Tranh bìa: Họa sĩ Rừng
Dàn trang: Công Nguyễn

NHÂN ẢNH xuất bản 2025
ISBN: 9798349295904

ĐẶNG KIM CÔN

ĐÀNH SAO THIÊN THU

thơ

TÁI BẢN
(Có Bổ Sung)

NHÂN ẢNH 2025

Thay lời tựa

NHỮNG KHỐI U VUN TỪ NHỮNG...

Đất nước chia hai, Cha tập kết ra Bắc, khi con vừa mới lên 2, Mẹ ở lại Miền Nam, lấy chồng khác, để con thơ sống với Nội… Sau 75 người cha trở về, con gái đã có chồng con, chút tình thương muộn chưa kịp tỏ bày.

Chồng 6 năm chinh chiến, người chinh phụ không chỉ là Chức Nữ mỏi mòn mong mỗi năm 10 ngày phép của chinh phu, mà còn là một dâu hiền trọn đạo, còn là chị cả của một bầy em chồng, là mẹ của 2 đứa con chưa kịp lớn.

Chợt 1975, chinh phu xuôi theo vận nước *"Giữa chiến hào buông kiếm xuôi tay"* để cho *"Đá cũng mòn dưới đôi gót yếu/ Lệ nỉ non cõng gạo nuôi chồng"* tận rừng sâu núi thẳm, nơi người tù thì có được chuẩn bị, còn người thăm nuôi thì cứ thi gan cùng sơn lam chướng khí, đỉa vắt muỗi mòng.

Những khối u năm tháng ấy… Đành sao thiên thu!

Tuy Hòa Tháng 7/ 1977
ĐẶNG KIM CÔN

ĐÀNH SAO, THIÊN THU

Danny vẽ Ông Ngoại

Tiếng Hát Thời Gian
(nhạc "Tiếng Hát Thời Gian", Vũ Vĩnh Phúc phổ)

Em còn nhớ không những ngày mùa đông
Trên đồng rau, con đò trôi ngập ngừng
Chiếc bóng ai về bên bờ cô lẻ
Em gác mái chèo đôi mắt vời trông.

Em còn nhớ không những ngày mùa xuân
Hoa rợp lòng nhau mùa như vô cùng
Những trang thư tình chép bằng giấy vở
Góc phố, sân trường hoa bướm bâng khuâng.

Em còn nhớ không những ngày mùa hè
Vành nón che nghiêng nửa phía trời chia
Hoa nắng hôm nào rơi trên ghế đá
Giờ thôi đâu còn phượng đợi chờ ve.

Em còn nhớ không những ngày mùa thu
Con đường quen xưa buồn như sương mù
Anh bước trên bờ đìu hiu cỏ úa
Đồng rau xưa đâu? Con đò xưa đâu?

Tuy Hòa, Phú Yên Mùa đông 1967

Tiếng Hát Thời Gian

Thơ : Đặng Kim Côn
Nhạc Vũ Vĩnh Phúc

Em còn nhớ không những ngày mùa đông? Trên đồng rau con đò trôi ngập ngừng. Chiếc bóng ai về bên bờ cô lẻ Em gác mái chèo đôi mắt vời trông.

Em còn nhớ không những ngày mùa xuân? Hoa rợp lòng nhau mùa như vô cùng. Những cánh thư tình chép bằng giấy vở Góc phố sân trường hoa bướm bâng khuâng.

Mưa Trên Hầm Đại Liên

Thôi đâu còn buổi sáng nào ngủ muộn
Cho những giấc mơ chim hót ngọt ngào
Mưa trên bàn tay vẫy chào cuối phố
Mưa mắt em và… chợt hỏi tại sao

Thành phố em về bước chân mộng mị
Như mưa trên hầm đại liên đêm nay
Mộng mị như từng tiếng mưa trên lá
Tiếng hát hậu phương nhắn với mây bay

Như nỗi nhớ chao trong từng phiên gác
Nghe mưa nơi này nhớ quá mưa xa
Đêm xuyến xao trên hàng cây bã đậu
Muốn thức với mưa và thức với ta.

Quân Trường Quang Trung Tháng 4-1969

BƯỚC CHÂN MƯA

Mây vẫn tím trên đồi xõa tóc
Người về muôn thủa lẻ loi xưa
Cho anh đến đồi hoa bình thản
Những giọt hồng rơi xuống bước chân mưa.

Xin gió mơn êm và mưa rất nhẹ
Em lên đồi sim hát ngọt ngào
Để mỗi dấu chân tím từng hoa nở
Tím tới từng đêm hồn gọi chiêm bao.

Em có dẫn nắng về khua lá mới?
Bắc cầu vồng thả phấn mây bay
Ngày xưa đâu mà ta ngồi đợi
Đếm từng hoa nắng tàn trên tay.

Quân Trường Thủ Đức Tháng 8-1969

Chờ Trực Thăng Tải Thương

Trời mưa Phú Túc cũng mưa
Cơn mưa pháo kích cũng vừa dọc ngang
Thịt da thiêm thiếp máu tuôn
Có không một chuyến tải thương trong ngày?
Nằm nghe hồn dạo sân bay
Lệ em ấm xuống bàn tay lạnh dần…

Cheo-Reo, Phú Bổn Hè 1972

Tuyệt Khúc Vàng

Ừ ta nửa gánh giang hồ mỏi
Thân đã mòn như que củi khô
Buông cương chiến mã chào sông núi
Sông núi buồn không đứng lặng lờ?

Người có mừng không người bật khóc?
Vuốt ve ta đủ cả tay chân
Ta có lạ chút râu và tóc
Nhưng sá gì người phải băn khoăn.

Sẽ có những đêm ngồi bên cửa
Sương xuống vô tình lạnh rất ngoan
Bởi đâu biết trong vòng tay đói
Ta đã về ru tuyệt khúc vàng.

Thôi những ngày giọt dài, giọt vắn
Cho những buồn lo, những tủi mừng
Những lần đi không lời dám hẹn
Súng nổ trên đoài lệ dưới đông.

Về đây, thôi, gác đời sinh tử
Khói thuốc vàng tay hạnh phúc buồn
Râu tóc cũ một thời phiêu lãng
Phủ kín đời như bụi như sương.

Dẫu có thể đôi khi thấy nhớ
Rượu biên cương bên đám lửa rừng
Bên dăm ba thây ma thù, bạn
Gối tay nhau nằm cũng tình thân.

Ta về, người cho ta quên hết
Chuyện ngàn đêm giấc ngủ không đầy
Hãy rót cho ta vài cốc rượu
Đêm sẽ dài hơn những cơn say.

Nào cạn cùng ta ngày tháng cũ
Đừng giật mình thảng thốt chiêm bao
Để đêm sáng những vì sao muộn
Ta bên người ngọt đắng đời nhau.

Tuy Hòa, Phú Yên Mùa thu 1974

ĐỌA ĐÀY CA

Cứ như ta vừa đi đâu đó,
Lắm khi năm, bảy tháng chưa về.
Hãy đừng âu lo, đừng chờ đợi,
Đọa đày hề! Một giấc ngủ mê.

Chuyện binh gia không thành thì bại,
Giữ hộ anh bước Mẹ bình yên.
Gắng dỗ dành con thơ đầy giấc,
Đêm ngắn, dài cũng sẽ bình minh.

Đời dẫu nổi nghìn cơn giông bão,
Có hôm nay hẳn có mai sau.
Nhớ nhắc con dõi về rừng núi,
Đừng quên câu: "Quốc hận gia thù".

Thắp nén nhang lên bàn thờ Cha,
Khói hương bay giữa hồn quặn thắt
Tử biệt sinh ly máu đầm nước mắt,
Sống không gần đâu phải chết là xa.

Tay đau dưới những vòng dây trói,
Cố quay nhìn lần nữa quê hương.
Mai hốc đá, rừng sâu, kẽ núi.
Bầy ngựa mòn mỏi ngóng yên cương.

Như những lần chia tay không hẹn.
Tử sinh hề! nòng súng u mê.
Em đã bấy giọt dài, giọt vắn,
Mỗi lần nghe súng trận vọng đâu về.

Đất vô tội trùng trùng huyệt mở,
Đâu có người - ở đó có khăn tang.
Giết! Giết! Giết lầm hơn thả sẩy,
(Thương làm sao, đi chết cũng xếp hàng).

Thương sao cùng muôn ngàn nỗi chết,
Bãi xác đồi Tây, hố xác rừng Đông.
Giữa lẫn lộn tim, gan, xương, thịt,
Mẹ chẳng biết con, vợ chẳng nhận ra chồng.

Vẫn còn đó những con đường hốt hoảng,
Từng tấm áo mưa nhầy nhụa khiêng về.
Những giọt lệ quánh trong bầu máu hận,
Cũng còn vương trên mắt đỏ hoe.

Lỡ có vậy, xin em đừng khóc,
Ta có cần đâu một nấm mồ.
Có được nằm bên tình chiến hữu,
Cũng yên lòng mục nằm xương khô.

Trời cứ đổ xuống đời nắng gắt,
Đường có xa hơn những lần đi?
Trái tim của một thời chinh phụ,
Sao hôm nay không thấy chút gan lì.

Em về thôi, chừng mưa sẽ tới,
Đỉnh vọng phu mây đã ngang đầu.
Hãy cười lên, nụ cười chúc phúc,
Để đất trời còn hẹn có mai sau.

Làng mạc ơi, ta bỏ lại người,
Những ánh mắt thất thần quên thấy.
Những bàn tay rụng rời quên vẫy,
Giữa quê nhà sao như quá xa xôi.

Rừng mở dưới những đôi chân mỏi,
Mới hôm qua rừng đã rừng xưa.
Có bao giờ đi không mong tới?
Chân chưa dừng là còn sống trong mơ.

Từ ta gánh mộng băng rừng núi,
Đạn réo thịt da, lửa rực đất trời.
Để những bông hoa yêu thương bừng nở,
Và nụ cười lấp loáng những bờ môi.

Đời đã hẳn chập chùng voi chó,
Vẫn chưa quen với cuộc bể dâu.
Ta mới đó, đâu ai biết được,
Một bước – non cao xuống vực sâu!

Ta mới đó giong roi ngựa vẫy,
Lệ nồng em tiễn ấm biên khu.
Những giọt lệ dẫu có chùng tay khấu,
Cũng không dừng những bước tới mai sau.

Ta mới đó đoài tan đông tĩnh,
Cho đồng xanh, xanh lả cánh cò bay.
(Nếu không vì tranh cơm, tranh áo,
Có đâu bên kia cướp phá bên này).

Ta mới đó yên cương giáp trụ,
Xé đêm sâu ươm hạt xuân vàng.
Mộng những tưởng mầm xuân sẽ nẩy,
Sao phút giây trời đất tan hoang.

Ơi sông núi! Tại sao? Tại sao?
Trong tay ai bàn cờ cạn nước.
Bao xương máu bỗng thành oan uổng,
Những quân cờ ngơ ngác nhìn nhau.

Ngựa lưng dốc ngỡ ngàng cờ trống,
Giữa chiến hào buông kiếm băn khoăn.
Cả trời đất ngoi trong hồng thủy,
Chén đắng ơi, sao đành tiếng xin vâng!

Ôi đêm sâu và bầy quỉ dữ,
Đốt lửa rừng múa vuốt, nhe nanh.
Ngôn ngữ thời ăn lông ở lỗ,
Một bước lên mây, vênh váo về thành.

Ta ở giữa đìu hiu cây lá,
Một mảng trời rất nhỏ trên cao.
Con suối thở ngộp hơi tù tội,
Soi mặt đời, đời trở cơn đau.

Đến trước, đến sau nhìn nhau ngao ngán,
Có còn không một phép lạ nào.
Nghe chiến trường từng da thịt vỡ,
Giữa quê hương kẻ cười người đau.

Một con suối mấy ngàn người ăn ở,
Mở mắt tanh hôi, nhắm mắt trong lành.
Trong, đục cũng một dòng thương khó.
Suối xanh, suối xanh hề! Suối xanh.

Như những rong rêu dập dềnh trên suối.
Âm thầm trôi, chìm nổi theo dòng.
Chết đứng, chết nằm, sống xanh, sống xám.
Không thác ghềnh thì cũng cuồng phong.

Bắc ba hòn đá lên làm bếp,
Khói quạnh trời xa ngơ ngác bay.
Nồi canh rau muối lênh đênh kiếp,
Đủ mặn đời chưa hỡi đọa đày!

Sâu mọt lềnh bềnh trong rá gạo,
Nhập nhàng cũng chín, cũng thành cơm!
(Nếu sâu mọt có thể là cơm gạo,
Ngàn năm xưa, mặt đất đã thiên đường).

Hai bát khoai mì độn chút cơm,
Chia nhau từng muỗng nước đen ngòm.
Đủ cầm hơi những đêm chờ sáng,
(Bầy muỗi rừng đang khát máu quê hương).

Mấy ngàn người chung nhau hốc núi,
Sốt rung non, cũng rựa cuốc lên ngàn.
Để đôi lúc nhẹ nhàng hơn viên đạn,
Lăn quay bên nấm đất vội trên nương.

Sáng nay lại có thêm người chết,
Nấm đất nông lại mọc dưới chân đồi.
Tiễn bạn không mong lần tái ngộ,
Giọt lệ thầm rưng rức dưới đôi môi.

Có những người bị gọi đi giữa khuya,
Đêm vô vọng giữa hai nòng súng.
Lời từ biệt lăn trên má nóng,
Ai cũng biết đi sẽ chẳng quay về.

Sáng sáng thiếu thêm một vài người bạn,
Lặng lẽ đi không thấy giã từ.
Đâu đó hố hầm vội đào, vội lấp,
Đã phẳng lì như bóng tối ưu tư.

Sẽ những đôi mắt trừng khẽ lệ,
Những vành khăn trắng vội quanh đầu.
Những trái tim phập phồng trong ngực,
Dõi đến cuối đời chẳng thấy người đâu.

Người đã bên kia bờ thù hận,
Ta còn đây, mai mốt biết đâu lường.
Một phía trước sấm lòe, chớp giật,
Xích xiềng trên mỗi bước đời vương.

Những gông, những cùm, những vòng lòi tói,
Cũng giương oai quanh thịt da người.
Sau một đêm đãi bầy muỗi đói,
Không cần bắn cũng sốt tàn hơi.

Ngày đã dài đêm còn dài hơn,
Bạn vào đông không vui mà buồn.
Quê hương càng lúc càng thu hẹp,
Thêm bạn bè là bớt giang sơn.

Trại kỷ luật tường đất dày hơn thước,
Ngọn lửa vô lương rừng rực giữa khuya.
Năm xác cháy của năm người vượt trại,
Đã không may bị bắt lại hôm kia.

Có người hôm ấy không bị nhốt,
(Không trở thành một đống thịt quay)
Còn thở đủ bước khỏi phòng tra tấn,
Suốt đời ôm đời sống cỏ cây!

Tối qua cũng có thêm người trốn,
Sống chết như một chuyến hành quân.
Trên lưng cọp đã hết đường lựa chọn,
Thầm một lời chúc phúc đưa chân.

Còn lại ta tháng ngày mòn mỏi,
Xẻ núi, lật rừng, đội nắng, dầm mưa.
Sừng tê, ngà voi, trầm hương, cây thuốc,
Bắc thuộc xưa ai lập lại bây giờ.

Máu đã phun lên đỉnh cột cờ,
Bầy ngạ quỉ tô màu lên địa ngục.
Công điểm, xếp hàng, gạo cân, vải thước,
Kẻng giục, loa gào, học tập, thi đua.

Khắp giang sơn cờ đã thay màu,
Mỗi người dân thành một tên nô lệ.
Thơn thớt miệng môi, nghĩa nhân là thế,
Biển bạc, rừng vàng chưa đủ túi tham sao?

Ở đâu cũng dưới trời đày đọa,
Thiên đường mê hoảng trắng xương khô.
Thần thánh cũng đành trong tay quỉ,
Ngàn năm ơi, lịch sử có bao giờ!

Những trận đòn thù chỉ tiêu thành tích,
Núi đổ, đồi chao, "sỏi đá phải thành cơm"!
Bá súng dọc ngang lên hông, lên ngực,
Ngày tháng chai lì trên những vết thương.

Cõng muối, gạo chân phồng, mặt rát,
Giữa đồi khát lã, thở mòn hơi.
Chờ sương xuống liếm từng chiếc lá,
Từng giọt sương đêm ứa ngậm ngùi.

Mấy núi, mấy sông, mấy đèo, mấy dốc,
Mưa, nắng, ngày, đêm, đói, khát không dừng.
Chân sau nhấc không thể qua chân trước,
Đi nổi không? Kìa họng súng bên lưng!

Đường, mía, lúa, ngô, bò, heo, gỗ quí,
Đi đâu, đi đâu xe cộ rộn ràng.
Tù vẫn chỉ đôi tay tóe máu,
Vẫn ngắc ngoải ngày hai bữa ăn.

Võng chơi vơi giữa hai cây ốm,
Đong đưa đời, không có, có không.
Ta như chiếc lá vàng mê ngủ,
Trên cành đời ngờ nghệch trước cuồng phong.

Sáng nghe còi sớm vươn vai dậy,
Lơ láo ta tìm ta ngẩn ngơ.
Tối qua ta trải trời lên đất,
Khóc giữa hôn mê một cuộc cờ.

Bầy ngựa trong tàu mơ tiếng hí,
Đồng xanh ơi! Nhớ quá yên cương.
Mắt trừng gõ vó rung trời hận,
Nhạc ngựa còn lay bụi chiến trường.

Tim óc, đất trời lớp lớp rào ngăn,
Đến mục chưa, áo trăm mụn vá?
Những bộ xương đứng, đi không buồn thấy lạ,
Gậy chống bao giờ, không băn khoăn.

Học tốt về - thế nào là học?
Cải tạo, trại viên - chữ nghĩa khéo trêu người
Thầy chăn bò nói chuyện trên sao hỏa,
Cũng hay như lên núi mò trai.

Hôm qua mãi cứ như vừa đó,
Khói chiến trường còn cay chiêm bao.
Đời tơi tả bấy như manh áo,
Ta còn hoài một khối tim đau.

Mai người về như trên quê ai,
Mỗi bước đi dè chừng mỗi bước.
Ngày nhọc nhằn, đêm không thắng giấc,
Mắt thù dày hơn rào kẽm gai.

Con đường giật lùi năm bảy mươi năm,
Người kéo cày, xe chạy bằng hơi nước.
Những kẻ vong thân ngậm bồ hòn làm ngọt,
Ở trên cao, đâu phải biết không lầm.

Mắt quê nhà đẫm từng mộng dữ,
Hòa bình sao lòng mãi chiến hào sâu.
Chỉ là thôi không nghe tiếng súng,
Vẫn hận thù đen trong những trái tim mù.

Điều tệ nhất không phải là không thể,
Phía trước vốn bao nhiêu chuyện lọc lừa.
Em cứ khóc nếu thấy lòng được nhẹ,
Để âu lo, mong nhớ cứ là mơ.

Sao đã sao, còn tệ nào hơn nữa,
Hãy để cho mộng dậy theo ngày.
Thấy như thể ngày mai chừng đâu đó,
Đọa đày hề! Một giấc ngủ say?

Tuy Hòa, Phú Yên 27-10-1976

Chiều Phai

Bàn tay lạnh xuống bàn tay
Em nằm nghe gió lung lay bóng đời
Ngoài kia từng cánh lá rơi
Hoàng hôn sà xuống cuối trời liêu xiêu
Từng hơi thở hắt hiu chiều
Đành sao giọt nắng buồn thiu cúi đầu

Tuy Hòa, Phú Yên 2-1977

Anh Biết Làm Sao

Siết tay nhau bối rối
Mỏi mòn hơi thở đêm
Đau, biết em đau lắm
Anh biết làm sao em!

Mình em hai con dại
Lất lây đợi chồng tù
Chưa kịp vui sum họp
Vội bên bờ thiên thu

Đâu còn gì để bán
Mà… đã là vô phương
Nước mắt không dịu nổi
Từng cơn đau… đau hơn

Em cắn răng chờ đợi
Ngàn lời cũng không cùng
Sẽ phút giây phải tới
Trăm năm là hư không

Tuy Hòa, Phú Yên Tháng 2-1977

NGÀY EM ĐI

Nén

Khi nỗi buồn không bật ra tiếng khóc
Giọt lệ đôi khi cũng biết cười!
Nghĩa là khi nỗi buồn quá lớn,
Chỉ còn đôi mắt trợn tròn thôi!

Đêm Dài

Nóng mấy, góc trời em cứ lạnh
Giọt sương khuya lay lắt bóng trăng gầy
Anh gượng dậy vịn đêm dài không bóng
Lay đất trời hỏi mình ở đâu đây

Tuy Hòa, Phú Yên 30-3-1977 (11-2- Đinh Tỵ)

Chiều Nghĩa Trang

Chén Hoàng Hôn

Rồi thôi chiều bỏ ngày đi
Như đêm giọt rụng bờ mi xa thầm
Nâng hoàng hôn cụng trăm năm!

Chiều Xa

Chơi vơi chiều lạ chân ngày
Bao nhiêu chiều nữa cho đầy hôm qua
Anh về. Sau lưng chiều xa!

Tuy Hòa, Phú Yên 30-4-1977

Giọt Lệ Hoàng Hôn

Mỗi tối viết cho em bài thơ
Để nói với em một ngày đã hết
Ngày mịt mù, nhức đau, cạn kiệt
Ngày đọa đày, nhục nhằn nắng mưa.

Ngày đã hết rồi em, bóng tối
Phủ âm u trong những tim người
Nằm xuôi tay hỏi nửa đời qua vội
Còn lại gì ngoài chút tàn hơi.

Thở cũng nghẹn trong từng tiếng nói
(Từ đưa người một nửa trăm năm)
Từ yêu em sao cũng buồn quá đỗi
Đêm ba mươi ai mơ bóng trăng rằm.

Em yêu dấu, mừng với anh, ngày hết
Được một ngày biết còn nhớ em
Thêm một ngày biết mình chưa chết
Dẫu ngày mai biết mấy những muộn phiền.

Từ còn nhau giữa tình người ngọt đắng
Đã hắt hiu như ngọn bấc khô dầu
Trên môi kia có âm thầm chịu đựng
Cũng cám ơn người, những nụ hôn đau.

Mỗi tối viết cho em bài thơ
Để nhắc với anh rồi đời cũng hết
Trăng hạ tuần mỗi ngày mỗi khuyết
Dẫu khuyết tròn chỉ còn là thơ.

Nên có em, đêm còn chút mộng
Thấy muôn hoa hàm tiếu trong hồn
Nhớ vành môi hoàng hôn máy động
Giọt lệ còn lạnh cánh tay buông.

Tuy Hòa, Phú Yên Tháng 8-5-1977 (Tuần 49 ngày)

Bóng Tối Lặng Thinh

Đêm trôi…
Đêm trôi về khuya,
Vầng trăng nào sáng ngoài kia một mình!
Trong này bóng tối lặng thinh

Tuy Hòa, Phú Yên 30-5-1977

ĐÀNH SAO THIÊN THU

Mẹ cắn đôi vành môi rướm máu
Con từ đâu tới để yêu thương
Tiếng nấc muốn vỡ tung lồng ngực
Rũ xuống như xác lá mục bên giường.

Cha lặng lẽ ôm đầu, tựa cửa
Điếu thuốc trên môi nối cháy lòng
Trót nửa đời theo những điều không thật
Chút tình thương muộn cũng hoàn không.

Đôi chim non mở tròn đôi mắt
Mẹ! Mẹ ơi, Mẹ ơi, Mẹ ơi!
Tiếng khóc không làm tay Mẹ ấm
Để nước mắt con rơi lạnh xuống tay người.

Tại sao em, tại sao, tại sao?
Hơi thở em lập lòe từng quãng
Chợt mênh mông, em cùng khắp trên cao
Chợt chênh vênh, anh vật vã lệ trào.

Tại sao em, rừng thiêng nước độc?
Con dại, chồng tù, xuống ruộng lên non
Đỉa, vắt, muỗi, mòng, sơn lam chướng khí
Những khối u vun từ những căm hờn.

Cũng thế, em vẫn nằm như ngủ
Nhưng vô cùng, chìm lắng, say sưa
Sao anh biết cõi nào em mộng
Để anh chờ em kể chuyện em mơ.

Vâng, em ngủ, em hãy yên bình ngủ
Giữa những tranh đua, săn đuổi, hận thù
Những hù dọa, giam cầm, bắn giết
Từng giật mình những giấc mơ đau.

Không, không phải, em không đang nằm ngủ
Đang lượn quanh cuộc người mây phủ
Thấy mỗi đời nhau, sẽ một ngày
Lại chào nhau sau giờ xuôi tay.

Các con này lại quì bên mẹ
Khóc đời nhau thăm thẳm dặm đời
Mẹ ở đâu để con quì lâu thế
Nước mắt đâu không kéo nổi mặt trời?

Lệ khóc nhau tháng ngày phía trước
Chết không xong, sống cũng không yên
Không xiềng xích cũng một đời đày đọa
Đất trời nào tù ngục cũng mông mênh.

Áo trần gian trắng mộng muôn phương
Em thản nhiên không thoáng vui buồn
Anh cúi xuống thịt da em lạnh
Cố níu từng hơi thở hồi dương.

Thôi mất rồi! Mất thật rồi em
Anh hụt hẫng như đi trong mộng
Giữa tiếng khóc, lời kinh, nến chong, nhang thắp
Anh lặng yên ngồi chống tay nhìn.

Thời gian ơi sao cứ chảy vô tình
Dừng lại đi hỡi giờ nhập mạch!
Phút trước, phút sau không là khoảng cách
Anh mãi thấy em nằm như tượng, như tranh.

Tay chân em đâu, hỡi môi, hỡi mắt
Anh muốn ôm em, anh muốn hôn em
Trong áo quan kia em còn hay mất
Sao mịt mù trời đất buồn tênh?

Em bỏ lại anh một thiên đường ảo
Với âu lo nhục nhằn, đau thương
Trên vô cùng kia nhạt từng hơi thở
Để lạnh thêm bóng tối thiên đường.

Khói hương bay thẫn thờ quặn thắt
Anh thấy anh bên mạn đời hiu hắt
Chiếc khăn sô chít nửa đời sau
Thương me con để trên đầu
Rối trăm sợi nhớ ngùi đau muôn chiều
Anh quì tê nỗi đìu hiu
Như mất, như còn, như say, như tỉnh.

Em đang xuôi thuyền vào bến tịnh
Mặc buồn vui, ấm lạnh, thăng trầm
Mặc trời đất nơi này cuồng nộ
Em cứ êm đềm neo giữa hồn anh.

Anh lại một mình sớm hôm ấm lạnh.
Như nhánh rong nay thác mai ghềnh
Con ngựa không cương oằn lưng mưa nắng
Sóng gió đời, một mình lênh đênh.

Đưa em đi lòng như chai lại
Mắt mở trừng nhìn khoảng trời không
Một lần đi, không lần trở lại
Mãi mãi không còn đưa đón, chờ mong.

Đưa em đi cuối trời mây vỡ
Nắng rũ quanh xe bánh nghiến hồn
Đường ổ gà gập ghềnh nỗi nhớ
Loanh quanh đời rồi cũng càn khôn.

Con đường này hôm nay riêng em
Tử qui, hề! Mừng em, anh khóc
Để xin em đường mãi dài thêm
Dài đến cuối đời bạc phơ râu tóc
Tưởng mới hôm nào đến hẹn, chờ em.

Đi không về sao cũng một lần đi
Anh muốn gào to với trời với đất
Tim ta ơi có còn nằm trong ngực
Sao mênh mông nỗi buồn chia ly.

Tiễn em, con đường ngỡ ngàng nắng quái
Ngẩn ngơ buồn từng giấy vàng bay
Con đường, cuộc đời quanh co khúc khuỷu
Nhìn quanh mình gió bụi mịt mù vây.

Đừng dừng lại, đừng, đừng, xe ơi!
Trời chợt lạ, có bao giờ thế
Mộ huyệt nằm lạnh lùng ngạo nghễ
Mở thênh thang như miệng đất cười.

Mới ngày nào em quì bên anh
Bên mồ Cha dàu dàu ngọn cỏ
Ôi đất quen và những chân nhang đỏ
Như còn vương ngấn lệ long lanh.

Không có em ngày Cha thảm tử
Mẹ cậy ai nắng lửa mưa dầu
Anh thân tù tội không về được
Để Mẹ và em nặng nỗi đau.

Năm ngoái cũng có người quen mất
Tháng rồi đám tang ai qua nhà
Hôm qua cạnh em có ngôi mộ mới
Ai nữa rồi không phải là ta.

Người ta nghe quen những tin người chết
Ai không từng khóc tiễn người thân
Bao người ngậm ngùi tiễn em ra mộ
Rồi quên! Còn riêng niềm đau anh.

Còn riêng anh giữa giòng chấp chới
Bờ xa như đỉnh núi mây tang
Đất vời vợi mờ trong khói sóng
Thoắt chìm, thoắt nổi, thoắt lênh đênh.

Nắm cát này tiễn em lần cuối
Thôi lấp dần, lấp dần áo quan
Kỷ niệm mịt mù trong bụi cát
Nấm đất dần cao, cao khuất thời gian.

Có hay không một lời tiễn biệt
Em cũng đi như chẳng bận lòng
Ai khóc, ai cười, ai khen, ai trách
Gởi lại đời những thoáng gió qua song.

Anh gục đầu đau từng chân tóc
Em yên bình chưa dưới mộ sâu
Nước mất nhà tan, lòng người rời rã
May em còn được nấm đất nâu.

Em đi chưa giáp một vòng tròn
Chưa cuối cùng đã về điểm khởi
Trước hay sau cũng một con đường
Sao bỏ anh một mình chi vội.

Anh ngó quanh đất trời rũ rượi
Đâu cũng lạnh lùng mây khói bay
Đâu cũng mắt em buồn vời vợi
Sao mình em ở lại nơi này.

Trận mạc xưa nếu anh nằm xuống
Được thấy gì xót đau hôm nay
Hạnh phúc anh, một ngày được khóc
Thay vì riêng em giòng lệ vơi đầy.

Thay vì riêng em giọt dài, giọt vắn
Giọt khi từ ly, giọt lúc trùng phùng
Giọt đêm đêm lo người chinh chiến
Giọt ngày ngày ngồi đứng trông mong.

Thuở đọa đày, anh nơi núi thẳm
Em thân cò lặn lội bờ sông
Đá cũng mòn dưới đôi gót yếu
Lệ nỉ non cõng gạo nuôi chồng. *

Lạy Ba, con gởi dâu Ba lại
Dẫu buồn vui cũng đã bình yên
Nguyện ở đó thôi không lo lắng
Thôi hết đau thương, khoắc khoải muộn phiền

Dậy nào con, chào từ biệt mẹ
Đống trấu un khói tỏa ngậm ngùi
Gởi lại nỗi buồn như nấm đất
Giữa ngày tháng lạ nặng nề trôi.

Nén nhang đỏ mắt bên mồ lạnh
Chờ lụn tàn như nửa đời anh
Rồi sẽ cũng theo về lòng đất
Ai tìm ai trong cõi vô tình.

Đường khi đi thân quen ngắn ngủi
Sao đường về như thể thêm xa
Em không về, con đường thành xa lạ
Đi miên man như chẳng thấy đâu nhà.

Giữa lặng thinh căn phòng thinh lặng
Nghe sóng thời gian bủa ngập lòng
Em đó, những vui buồn, như mới
Anh vuốt từng tấm ảnh bâng khuâng.

Em mỉm cười bên vườn hoa xuân
Em thả thuyền cho mùa đông chảy ngược
Em vin cành thu cho lá ru rừng
Em rải phượng dấu chân hồng hạ bước.

Tấm ảnh ngày nào cươi như hoa Tết
Sao lung linh giữa khói hương mờ
Trần thế trong ngần như giọt lệ
Trăm năm chìm đáy mắt hư vô.

Nữa mai này các con lớn khôn
Mỗi bước đi tưởng mẹ như còn
Trong từng tấm ảnh, trang thư mẹ
Là bàn tay, giọng nói dẫn đời con.

Anh mân mê từng quần áo cũ
Chất vào hồn những mảnh thương đau
Em yêu nhớ, một ngày qua vội
Một ngày, là một ngày xa nhau.

Có hay không đêm nào mộng lạc
Giữa đìu hiu thương nhớ bồng bềnh
Ta dắt tay nhau ngược dòng kỷ niệm
Để anh đền em những tháng ngày riêng.

Ở đây em không là sương khói
Mà là hoa, là bướm xôn xao
Ta ở đó với ngày đầu bất tận
Uống tiếng cười hơi thở của đời nhau.

Đời lặng thầm trôi giữa trông mong
Trông nước, trông non, trông trời, trông đất
Về đi em, dẫu cười, dẫu khóc
Anh chờ em, hỡi những giấc mơ hồng.

Để cứ như em vừa đâu đó
Đang loanh quanh dưới thị trên thành
Những đi về với thương, với nhớ
Hẹn một ngày em lại về anh…

Để ngày ngày ra vô lên xuống
Nhà dẫu lặng câm như những bức tường
Còn mơ hồ đâu đây, ánh mắt
Vẫn nồng nàn, ấm áp yêu thương.

Để đêm đêm mở toang cửa sổ
Đón gió về ru dỗ con thơ
Trăng đã dậy giữa muôn sao, rạng rỡ
Con chiêm bao thấy mẹ về chưa?

Để chiều chiều dắt con ra cửa
Hết trông ra rồi lại ngóng vào
Một dáng quen, một chiếc xe dừng vội
Gợn trong lòng những thoáng nao nao.

Để sáng sáng trong cơn ngái ngủ
Trên môi dường ngọt nụ hôn quen
Có bàn tay lay bàn tay, gọi,
"Anh, anh ơi" thắm thiết, êm đềm.

Nữa mai em có về qua mộng
Khóc với trăm năm chuyện đá vàng
Chút hương xưa có còn quanh quẩn
Cho tháng năm nồng thêm nhớ thương.

Những khi trở giấc, nằm ôm ngực
Dỗ trái tim thảng thốt núi rừng
Dỗ con lau mắt đêm chờ sáng
Thổn thức muôn phương lời núi sông.

Chiếc bóng quanh đời thay tiếng bước
Từ muôn năm cũ lạc chân về
Em lồng lộng bên đường anh bão táp
Để nỗi buồn thườn thượt kéo lê thê.

Em, em ơi! Trời ảo mộng
Đã vỡ thành muôn mảnh giữa lòng câm
Lộ trần gian anh về rất rộng
Gọi tên em mỗi bước chân thầm.

*"Ôi đâu người đâu ân tình cũ
Nhớ điên cuồng, chờ hoài trong mơ
Có bao giờ thấy nhau lần nữa
Cố nhân ơi xa rồi âm xưa".* **

Với ngày mong đêm nhớ khôn nguôi
Đốt lò hương vọng mùi hương cũ
Nằm vật vờ buông cánh tay xuôi
Hỏi đời anh buồn vui mấy thuở
Hỏi đời em bao nỗi ngậm ngùi.

Bảy năm hương lửa như vừa thoáng
Vẫn ấm êm như mới ban đầu
Nỗi giặc không yên, thân tù tội
Những lần đi còn lạnh tim đau
Ngưu Chức mãi đôi bờ mong nhớ
Được mấy lần Ô Thước bắc cầu.

Chỗ nằm dẫu hẹp còn chưa ấm
Bởi những phong ba, những thác ghềnh
Dẫn hạnh phúc mình đi mải miết
Để mình em ngóng đợi ngày đêm.

Anh để em bôn ba tần tảo
Bùn cát pha nước mắt, mồ hôi
Tay cũng chai lì như khối óc
Có phải là ta cũng kiếp người?

Đâu đã có một ngày vui trọn
Anh về, em thêm ắp âu lo
Đâu biết bên đời bao nhiêu tai biến
Sẽ đến trong thoáng chốc bất ngờ.

Ta sống tháng ngày trong vỏ ốc
Như bóng ai hiu hắt u mê
Ta đã không thuộc về ta nữa
May còn nhau chiếc bóng đi về.

Chiếc bóng bên em dở điên, dở tỉnh
Em như hơi thở nửa đời sau
Dù không biết, không nghe, không thấy
Cũng còn nhau những góc tối trong đầu.

Giờ thôi đành người đi biền biệt
Như con sông chảy đến vô cùng
Sông đi không về thăm bến cũ
Có con đò khắc khoải chờ mong.

Con đò dập dềnh giữa giòng bão táp
Chở nỗi buồn đi chẳng tới bờ
Nước mênh mông chảy quanh nguồn cũ
Không hẹn trở về sông, em xưa.

Em xưa, những xưa mưa, xưa nắng
Nón che nghiêng một nửa trời đau
Giọt nắng cũng hiền như giọt lệ
Đắng cay đời cũng ngọt bùi nhau.

Xưa đưa nhau đường thênh thang mộng
Hẹn suốt trăm năm không đến cuối đường
Từng dấu chân xanh ngời hạnh phúc
Nở hoa trên từng gai góc đau thương.

Rượu nào xanh ngọt ngào hồn vắng
Cơn say nào đưa người lảng khuây
Ta uống ta say, ta say ta uống
Khóc cười, cười khóc với đời quay.

Khi tỉnh rượu một mình với bóng
Anh ngu ngơ như đá sỏi bên đồi
Chút mộng tưởng phải chăng là hạnh phúc
Hay chỉ là mây xám cuối trời trôi.

Hay chỉ còn tiếng nức nở con
Bó gối nhìn xa xa hỏi mẹ
Anh bối rối hôn con lặng lẽ
Mẹ đi xa, xa lắm con ngoan.

Ngoài kia nấm mộ cát vàng
Gió se sắt thổi cuộc ngàn năm xa
Anh cúi đầu đưa nửa đời qua
Vẫn cuối đường mịt mờ thăm thẳm.

Mỗi bước giật mình nhìn sau nhìn trước
Vẫn đêm đêm chiếc gối lệ nhòa
Ngẩn ngơ một bóng trăng khuya
Nỗi buồn mờ tỏ đi về chiêm bao.

Để hiên đời ra vào thơ thẩn
Tìm em từ giấc mộng qua đêm
Khắp không gian mênh mông nỗi nhớ
Rọi xuống hồn chiếc bóng chênh vênh.

Tay mê ngủ đêm đêm quờ quạng
Tìm em bên nửa gối trống không
Nửa giường bên kia dài quá đỗi
Anh nằm ngang dọc cũng không cùng.

Đêm sao nặng từng hơi thở chậm
Tiếng gà khuya khoắt vọng trong đêm
Đêm cứ từng đêm, đời bước vội
Có đến gần em một bước thêm?

Đời trăm ngả, sông trăm nhánh nước
Đến cuối cũng về biển cả thôi
Đi từ đất, mai lại về với đất
Em có chờ anh một cuộc đời?

Sẽ bạn bè đâu đó về thăm
Lời chia buồn mãi cứ buồn như mới
Dẫu muôn sau có tàn nhang lạnh khói
Vẫn nhớ thương đầy như mạch nước trăm năm.

Vẫn những ngọn đèn trong hồn anh rực rỡ
Nối bàn thờ ra bãi tha ma
Nối ngày với đêm, nối mưa với nắng
Cho muôn phương đâu cũng quê nhà.

Cho bình yên mây ngàn gió nội
Rải xuống đời những hạt yêu thương
Con sẽ lớn giữa rừng xanh lá mới
Như những bông hoa ngập nắng trong vườn.

Tại sao em, tại sao, tại sao?
Em vẫn mênh mông cùng khắp trên cao
Anh vẫn đứng giữa đời đổ nát
Đợi em từ trời đất chiêm bao.

Từ có nhau bao nhiêu lần hẹn
Có bao giờ chờ đến hết đời nhau
Mắt mỏi mòn cuối đường thăm thẳm
Đường càng xa, càng không thấy người đâu.

Anh vẫn tìm em thuở trần gian cũ
Chút ước mơ chưa đủ một thiên đường
Mai đời anh có mòn trên bia mộ
Cũng chỉ là những tiếng thở dài buông.

Tạ ơn một ngày, tạ ơn một đời
Tạ ơn ngọt bùi, tạ ơn cay đắng
Nghe đôi bờ bùi ngùi mưa nắng
Mộng thực đời những cánh tay xuôi.

Một giờ bình yên cũng buồn quá đỗi
Nửa mình đi, bỏ bóng lại muôn sau
Còn lại nửa mình, đường anh diệu vợi
Ngàn lời cũng nát dưới thiên thu

Bao nhiêu điều rồi sẽ pha phôi
Trừ một điều trong lòng anh, nỗi nhớ
Nỗi nhớ chảy đầm như hơi thở
Xin cám ơn hơi thở ấm theo đời.

Mừng cho anh người điên còn chuyện nói
Dưới đất, trên trời, nhăng cuội mình anh
Mừng em bên kia không mưa nắng tới
Ấm lạnh cõi người cỏ cũng lên xanh.

Anh ngồi đây với đêm chờ mộng
Với trăng chờ hoa nở những ngậm ngùi
Yên nghỉ nhé, dẫu thiên đàng, địa ngục
Mấy đớn đau, thương nhớ cũng đành thôi!

Tuy Hòa., Phú Yên Viết từ 30-3-1977 và xong sau 3 tháng

* Ca dao Việt Nam:
Thân cò lặn lội bờ sông,
Cõng gạo nuôi chồng tiếng khóc nỉ non
**Ý từ Cung Tiến trong nhạc phẩm Hoài cảm

ĐÀNH SAO THIÊN THU
(nhạc "Đành Sao Thiên Thu", Kiên Thanh phổ)

Đành sao thiên thu 1

Thơ: Đặng Kim Côn
Nhạc: Kiên Thanh

Đành sao thiên thu 2

Thơ: Đặng Kim Côn
Nhạc: Kiên Thanh

Đành sao thiên thu 3

Thơ: Đặng Kim Côn
Nhạc: Kiên Thanh

Dành sao thiên thu 4

Thơ: Đặng Kim Côn
Nhạc: Kiên Thanh

Dành sao thiên thu 5

Thơ: Đặng Kim Côn
Nhạc: Kiên Thanh

Đành sao thiên thu 6

Thơ: Đặng Kim Côn
Nhạc: Kiên Thanh

Đành sao thiên thu 7

Thơ: Đặng Kim Côn
Nhạc: Kiên Thanh

Đành sao thiên thu 8

Thơ: Đặng Kim Côn
Nhạc: Kiên Thanh

Chiếc Bóng Gầy Khô

Xin một lần quì xuống chân em
Cám ơn đôi chân sơn cùng thủy tận
Những ngược xuôi rã rời mưa nắng
Từ bão bùng đau xoáy ngày đêm.

"Dẫu anh về như một người điên
Thành cây cỏ không nghe không thấy
Vui không biết cười, buồn không biết khóc
Chỉ thật thà còn lại tiếng yêu em"

Như dòng sông bôn ba về biển
Thở dài bên đám dã tràng xưa
Nhìn hàng cây chết bên bờ nước
Anh cũng thành chiếc bóng gầy khô.

Mặc dòng đời dập dềnh rìu rác
Giữa ngậm ngùi từng nhánh đời ta
Góc biển chân trời chập chùng ghềnh thác
Nhớ về nguồn thương cả phong ba.

Giá điên được phải chăng là hạnh phúc?
Hẳn khóc cười không là chuyện buồn vui
Cám ơn đôi chân còn trèo non lội suối
Cám ơn em còn đứng lại bên đời.

Xin một lần quì xuống bên nhau
Thành tượng đá nghìn năm khờ khạo
Sẽ yên bình giữa trời giông bão
Biển dâu rồi như thoáng chiêm bao.

Tuy Hòa, Phú Yên, Tuần 100 ngày (tháng 7-1977)

ĐI ĐÂU QUÊN VỀ

Tháng Bảy trời bỏ mưa Ngâu
Để trăng Tháng Tám đi đâu quên về!
Đẫm lòng những giọt sương khuya
Chơi vơi rụng xuống gối mê vô tình
Giấc mơ nào có nhớ mình
Theo trăng tháng tám về anh hẹn Người.

Tuy Hòa, Phú Yên 30-8-1977

GIỮA TRỜI

Ôm hoa mà đứng giữa trời
Lệ không đủ ấm mộ người bơ vơ
Nghĩa trang là những bài thơ
Đốt thay vàng mã vật vờ khói bay
Trái tim chờ vuốt mắt đây
Lệ ơi! Thắp nén nhang này dùm ta.

Tuy Hòa, Phú Yên 30-8-1977

Theo Dấu Chiêm Bao

Đêm theo dấu chiêm bao về
Trời ai vàng đá còn nghe bồi hồi
Ngập lòng nắng dọi mưa soi
Nông sâu, trong đục, lở bồi sông xưa
Bóng non cao sập xuống mồ
Nước tuôn như lũ xô bờ trăng nghiêng
Bước chân nào mộng chưa yên
Trăm năm mất dấu giữa thênh thang đường.

Tuy Hòa, Phú Yên 30-9-1977

ĐỂ THƯƠNG ĐỂ NHỚ

Anh Về

Đường xưa chừng lạ bước xưa,
Anh về nghe lạnh chiều mưa một mình.
Con đường và bóng nhìn quanh!

Nghe Mưa

Lá rơi nhớ thuở bồi hồi lộc non
Nghe mưa để nhớ tình buồn
Để thương từng bước, từng đường mình qua.

Trông Vời

Sao trăn trở một bóng gầy, đêm vơi
Lạnh tay tôi nắm tay tôi
Dỗ hai con mắt trông vời sớm mai.

Tuy Hòa, Phú Yên 30-10-1977

Chiều Thăm Mộ

Trắng Buốt Quỳnh Hoa

Cỏ trên mộ hắt hiu vàng
Em hiu hắt ngủ giấc ngàn thu xa
Nghe lòng trắng buốt quỳnh hoa
Còn âm ấm mộng đêm qua ngậm ngùi

Đành Đoạn

Anh tù tội đã đành thân
Em no đói cũng còng lưng nuôi tù
Anh về chưa ấm tay nhau
Em đành đoạn dưới mồ sâu một mình

Bên Bìa Đời Hoang

Hư không nào một bóng kia
Đêm đêm rũ rượi bên bìa đời hoang
Xếp giùm anh mảnh trăng tan
Cuối chiều lạnh một bóng hoàng hạc bay

Chiều Bây Giờ

Từ em thả mộng xuôi ngàn
Anh làm cổ thụ nghe vàng lá xuân
Chiều bên mộ nắng bâng khuâng
Hẹn hoàng hôn xuống với từng mùa anh

Tuy Hoà, Phú Yên Tháng 4-1978

Bóng Nhạn

Sông Ba lạc xuống mù khơi
Nước trôi, Tháp đứng giữa đồi đợi ai
Đêm sau lưng hẹn đêm dài
Về đâu bóng Nhạn cuối trời mù xa.
Liêu xiêu tháp, liêu xiêu ta
Chơi vơi tiếng bước Tuy Hòa không em

Tuy Hoà, Phú Yên Tháng 5-1978

Men Say

Cụng Ly

… Mặt trời ửng đỏ thịt da
Ly bia hơi rót tràn qua cõi nào
Cụng ly, ly cụng xôn xao
Cười ra nước mắt mặn vào lời ra…

… Cạn ly đưa bước ngày qua
Trong men đắng ấy đã pha ngọt ngào
Nâng ly! Em ở nơi nào?
Vẫy tay mừng, vẫy tay chào đi xa…

… Ngật ngù, bóng tối, ngật ngà
Lại liêu xiêu một bóng và chiêm bao
Đêm nay, đêm nữa, đêm nào
Say say, tỉnh tỉnh ta chào bóng ta…

Tuy Hòa, Phú Yên Tháng 7-1978

BAO NHIÊU ĐIỀU TẠI SAO

Chiều chiều ra cửa ngồi trông ngóng
Mẹ đã thôi về, cha đi đâu?
Nước mắt trẻ thơ không biết cạn
Nào biết bao giờ là bao lâu

Những giấc ngủ tìm mơ tìm mộng
Mẹ ru con, cha dỗ dành con
Đêm qua đêm nữa rồi đêm nữa
Chị khóc theo em, đêm dài hơn.

Lên năm lên bảy con nào biết
Ba tù gì lên tận núi cao
Sao mẹ ngủ hoài ngoài mộ lạnh
Và biết bao nhiêu điều tại sao!

Không ai thấy con tôi còn biết khóc
Biết nhớ thương, biết buồn biết vui
Còn trái tim không lạnh lùng thù hận
Bàn tay gầy chấp chới nỗi mồ côi.

Tuy Hòa, Phú Yên Tháng 8-1978

TRÔNG XA

Sẽ bao nhiêu nữa mới vừa?
Con thơ mòn mỏi khóc chờ mẹ cha
Trong hàng rào gai trông xa
Mùa thu lạnh sớm thịt da tội tình
Mẹ già tần tảo một mình
Liêu xiêu chiếc bóng gầy xanh phận đời
Lo con tù, cháu mồ côi
Đêm hôm trái gió trở trời mong manh!
Mặn từng giọt lệ vô thanh
Nhớ con, nhớ mẹ cũng đành ôm mơ
Ngày mai biết đến bao giờ!

Trại A30 tháng 10-1978

VỀ TUY HÒA

Giọt Lệ Quê Nhà

Về Tuy Hòa tìm lại mình
Moi ngày tháng cũ tìm bình minh xưa
Ấm lòng ánh mắt con thơ
Mỏi mòn năm tháng hằng chờ mong cha
Cay cay giọt lệ quê nhà
Từng con đường vẫn mặn qua từng đường

Một Chút Ngày Xưa

Giữa Tuy Hòa bước một mình
Chút mưa và chút buồn thành ngày xưa

Tìm Lại

Người đi nào hẹn với mai
Một đi ai để lại ai nỗi buồn
Cỏ vàng hoe ngọn tà dương
Chơ vơ một nấm mộ buồn em đâu
Chiều và gió cứ rầu rầu
Ngó lui ngó tới một màu hoàng hôn

Tuy Hòa, Phú Yên Tháng 3-1979

Tìm Nhau

Dẫu buồn vui cũng mãi là kỷ niệm
Lòng theo lòng đâu đó thương yêu
Để nữa còn kiếp nào chưa hẹn
Lại tìm nhau mỗi bước mai chiều

Tuy Hòa, Phú Yên Tháng 3-1979

ĐÊM CÒN CHỜ MỘNG

Trăm năm trôi lơ lửng
Câu thơ không nên lời
Đêm còn chờ hẹn mộng
Để quên ngày xa xôi

Giọt lệ nào biết ấm
Trên vai mềm, rưng rưng
Rối rít từng sợi tóc
Ngày xưa về bâng khuâng

Kéo trời xưa xuống thấp
Để em về đêm đêm
Nụ hồng hoen nước mắt
Van mộng dài… dài thêm

Tuy Hòa, Phú Yên Tháng 4-1979

CÓ MỘT NGÀY XƯA

Ta về nhau giữa mùa chinh chiến
Chẳng ai nghĩ vì sao mà không cả xe hoa
Sao chiếc áo dài thiên thanh mỗi đầu tuần đến lớp
Lại quấn quýt bên bộ treilli còn vương bụi
                                    đường xa.

Bảy mùa hoa mừng mùa thu vàng
                            vừa chơm chớm
Chỉ làm em xốn xang theo bước quân hành
Tháng Chín Hăm Ba, bữa cơm tươm tất
                            hơn thường lệ,
Cũng chỉ để núi rừng bối rối bước chân anh

Được mấy lần anh về ăn cùng em bữa cơm
                            mộng ước,
Mộng ước thái bình, mộng ước bên nhau,
Em anh thôi đợi chờ mỗi Hăm Ba Tháng Chín
Thôi giật mình khi nghe súng nổ ở đâu đâu.

Ngày cũng tới, mà ước mơ không tới
Ngày ngỡ thái bình rừng núi lại xa hơn,
Vẫy Tháng Chín hỏi mùa thu có nhớ?
Có biết người mẹ trẻ ôm con bươn chải
trăm đường?

Người mẹ trẻ vẫn bày bữa cơm mỗi Hăm Ba
Tháng Chín
Nhắc hai con ngày ấy… mong chờ
Có khắc khoải, sẽ thu vàng vẫn hẹn
Không biết hẹn gì nhưng biết một ngày xưa

Tháng Chín Hăm Ba bỗng thấy mình quỳ
bên mộ!
Mênh mông, mênh mông thu run run heo may
Con nắm tay cha tù về rụt rè như còn xa lạ
Vài chiếc lá vàng khẽ úa nép trên cây

Tuy Hòa, Phú Yên 23-9-1979

Dấu Chân Xưa

Nếu dốc biết nơi nào xưa mình đứng,
Thì mặt trời cũng biết nắng từ đâu
Núi xanh kia, mặt trời hay bóng
Ở trên cao hay dưới đáy sâu mù

Giữa chiều rơi, em tìm từng hạt nắng
Dấu chân xưa còn thơ thẩn bên đồi
Nếu ta biết em nhớ gì dốc vắng
Thì đường xưa hoa đã biết mùa vui.

Em về nơi bình minh không nắng dậy
Ngày ngoi trên chăn chiếu vô hồn
Hai trái tim thêu trên áo gối
Lạ lùng hơn bóng tối vô ngôn

Nơi chập chùng hôm qua, hôm xưa
Thấy phấn son ngỡ ngàng với bóng
Thấy tim mình lạc loài bên mộng
Mơ đồi xưa, ngày ấy, xa chưa?

Tuy Hòa, Phú Yên Tháng 6-1980

KỶ NIỆM

Quá khứ như một nấm mồ hoang
Ẩn chứa bao nhiêu điều không nói
Không mong một tình cờ nào tới
Cỏ cứ xanh đi, đã, lại vàng.

Ngày tháng còn dẫn ta đi đâu
Chập chùng quá khứ mộ hoang sâu
Mưa nắng, khóc cười, gấm nhung, gai góc
Chỉ thấy đìu hiu tóc đổi màu.

Kỷ niệm như tiếng mưa bên song
Xao xuyến, bồi hồi, xốn xang, thổn thức
Nghe từng giọt nhỏ xuống đời đau nhức
Từng tiếng mưa, dao cắt ngọt trong lòng.

Kỷ niệm như những tay chân mình rụng
Nằm ngậm ngùi bên đời lao xao
Bởi xương thịt không phải là sỏi đá
Nên chia lìa là còn mãi niềm đau.

San Jose, Calif. 25-9--2004

LỆ KHÔNG MÀU

Thì cũng đành như đâu đó thôi
Ba mươi năm sương khói ngậm ngùi
Cứ như đến hẹn trong từng bước
Sao vô tình đường mãi trôi xuôi.

Để vô cùng tên Người, tên ai
Trong hơi thở đã là tiếng gọi
Em yêu dấu khắp trời vời vợi
Hôm qua nào hẹn với ngày mai.

Những hôm qua nào đi rất vội
Bỏ Tháng Giêng ngập xác hoa tàn
Nghe Tháng Hai ngắn ngày bối rối
Tìm gì bóng tối cứ mênh mang.

Những dấu chấm đúng ra là dấu hỏi
Nằm lửng lơ không chờ mai sau
Có câu trả lời trong tim khoắc khoải
Đã bao quanh bởi lệ không màu.

Những ba mươi Tháng Hai đi qua
Có tại sao cũng đã là sự thật
Thì cũng đành, cũng đành đã mất
Nhớ quên gì ngàn năm cũng xa

Naples, Florida. 30-3-2007

TRĂNG NGOÀI THIÊN THU

Một lời cũng nghẹn
Trời xa, xa thêm
Khói sương miên viễn
Biết đâu anh tìm

Con đường bỗng lạ
Bóng lẻ chiều hoang
Em về xa quá
Mưa mù nghĩa trang

Ngày xưa run rẩy
Muộn màng nụ đau
Cành hoa buốt trắng
Nở ngoài thiên thu

Bên tình tự mộ
Mưa bỏ trời bay
Bó nhang không đỏ
Ôm hoài trên tay

Tuy Hòa, Phú Yên 22- 07-2010

Không Chỉ Có Yêu Thương

Trăng quê nhà vẫn loanh quanh anh
Như ánh mắt em sưởi từng đêm lạnh
Dẫu đất trời rạn thành hai mảnh
Từng bước anh đi vẫn sáng long lanh

Chân hôm qua không vấy chút bùn
Thương quá tiếng bước chân chiều muộn
Để mơ vầng trăng thẩn thơ bờ ruộng
Giọt lệ nào lạc xuống quê hương

Trăng không xuyên qua bốn bức tường
Dấu hôm qua vẫn còn hằn đậm
Ôi vết thương đời còn đau, đau lắm!
Đường về kia không chỉ có yêu thương

Naples, Florida 23-9-2011

Dặm Chiều

Có phải chiều em không nắng không?
Chiều nghiêng chiều tím phía trời Đông
Em giăng đã kín chưa, mây hạ,
Sao khuất bàn tay vẫy nắng hồng?

Sao để ngày qua lặng lẽ ngày
Hoàng hôn sâu thẳm một bờ Tây
Mây em đủ kín chưa dòng lệ?
Sao rụng xuống ngàn đêm mắt cay.

Em vẫn nằm như trăng đêm đêm
Rêu thiên thu xám bủa bên thềm
Khuyết tròn đã mấy bên non vắng
Hun hút trời xa, xa, xa thêm

Em có nghe trong mỗi khói sương
Sợi tan, giọt vỡ trắng hoàng hôn
Có những đợi chờ như đã đuối
Mà nghe, đâu đó chừng tơ vương

Thăm thẳm chiều xa mong ngày qua?
Đôi bờ đã biết mấy phong ba
Hồn em đâu bến bờ thương nhớ
Mà nghe mây khói bủa chiều xa.

Em vẫn chờ như thuở đỉnh xưa
Mắt xa, xa đủ núi xanh mờ…
Có không tiếng bước bên đời hẹn?
Vẫn trần gian vời vợi nắng mưa

Em vẫn ngồi nghe đá chuyển màu
Đông từng giọt máu đến mai sau
Vó câu nào gõ ngoài muôn dặm
Khắc khoải sườn non mộng đá đau

San Jose, Calif. 26-9-2012

ANH VỀ

Đường xưa chừng lạ bước xưa,
Anh về nghe lạnh chiều mưa một mình.
Con đường và bóng nhìn quanh
Nghe chân mình bước giữa tình tự em
Hôm qua nào chút êm đềm
Nghe từng bóng tối dậy tìm bài thơ
Tuy Hòa và em ngày xưa
Giờ sao thực thực mơ mơ giữa trời!

Tuy Hòa, Phú Yên 28- 10-2012

Níu Chiều Thảng Thốt

Giọt mưa vô lối
Rơi nhanh, rơi nhanh
Tuôn theo ngày chậm
Con đường loanh quanh

Em đi xa quá
Bỏ đời lay hoay
Cơn đau vàng lá
Mưa mù cánh bay.

Mưa ngang chiều thấp
Mưa vời trời cao
Bóng xa lay động
Cho mùa nao nao

Thôi bên chiều vọng
Lá rơi, lá rơi
Giọt mưa tê cóng
Mặn xuống tay người

Con đường không hẹn
Nên chiều thênh thang
Mùa đông chợt hỏi
Về đâu lá vàng

Về đâu mưa thấp
Về đâu hôm qua
Níu trời thảng thốt
Mây về chiều xa

Tuy Hòa, Phú Yên 10-7-2015

Lặng Lẽ Chiều Xa

Chiều xa nghe gió lay cành vắng
Lành lạnh khẽ chao nghiêng bước ai
Vẫy tay bóng rẽ đôi ngôi nắng
Chải mấy giọt chiều xanh xuống vai

Thấy mình âm u như ngày mưa
Thấy em lặng lẽ chiều xa ấy
Không nói gì, hay nói nhiều cũng vậy
Giữa nhau là im lặng xốn xang xưa

Bên bờ mùa đông bên dòng mùa hạ
Không hẹn tìm nhau mà hỏi mai nào
Nắng xuân chực giữa đời nhau úa
Như lá trên cành thu xuyến xao

Là giữa nhau còn đêm tối nhau
Lá rơi hun hút xuống mồ sâu
Kiếp mai, mai kiếp là xa lắc
Xa lắc phải là hôm nay đâu!

San Jose, Calif. 19-9-2015

EM (1951 - 1977)

TRẦM MỘNG

Đêm qua thoảng mộng về bên gối
Thỏ thẻ cành xưa hoa bướm chao
Chút gió từ ngàn năm khẽ lạnh
Giọt sương mặn xuống tận xa nào

Em nói không mong anh đến vội
Dù bốn tám năm em vẫn mong
Con cháu còn cây cao bóng cả
Một đi là biền biệt muôn trùng

Sáng nay gió lại luồn song cửa
Dẫn hương về bên giường hắt hiu
Có lẽ gió tìm gì bên gối
Hỏi đêm qua sao sáng vội chiều?

Sao rất xa kia ngày cũng lạnh?
Nắng có về sưởi ấm ngày xưa?
Tâm hương lặng lẽ không lời đủ
Đã đủ trầm quanh giấc mộng chưa?

Cypress, Texas 10-3-2025

LÊ THANH
ĐỌC "ĐÀNH SAO THIÊN THU"
CỦA ĐẶNG KIM CÔN

Người đọc khi đọc trường thiên *"Đành Sao Thiên Thu"* không thể ngừng lấy hơi, mà phải đọc tiếp vì: Hơi thơ đau thương, hấp dẫn... Nhưng người trình bày thơ khéo ngắt nhịp từng đoạn bốn câu theo mẫu trang giấy, mỗi trang là một bài thơ tứ cú trọn nghĩa (Đành sao thiên thu) Trừ trang 88 có tám câu, thành thất ngôn bát cú, có vần điệu mang hơi hướng cổ phong. (Cha an ủi vỗ về con trước thi thể mẹ!)

> *"Hay chỉ còn tiếng nức nở con...*
> *Bó gối nhìn xa xa hỏi mẹ,*
> *Anh bối rối hôn con lặng lẽ*
> *Mẹ đi xa, xa lắm con ngoan*
> *Ngoài kia nấm mộ cát vàng*
> *Gió se sắt thổi cuộc ngàn năm xa*
> *Anh cúi đầu đưa nửa đời qua*
> *Vẫn cuối đường mịt mờ thăm thẳm...*

... Toàn tập thơ hơn trăm trang *"Ai vấn thiên thu"* (Buồn thương số phận) Là một bài thơ dài hơi, cảm động và bi thương, *không chết người trai khói lửa,* mà chết người em nhỏ hậu phương, tuổi xuân thì (Dzũng Chinh) ... hay lay động nhờ *mùa thu đánh thức hồn ma dậy! Ta muốn vào thăm đáy mộ sâu...* (Đinh-Hùng) hay *"Đông tàn có người đến hỏi: Em thơ chị đẹp em đâu? Chị tôi hoa trắng phũ đầu! Đã ngủ trong lòng mộ tối"* (Huyền - Kiêu).

... Ta lật hú họa, bất cứ trang nào, cũng gặp được một bài bốn câu hoàn chỉnh:

*Giờ thôi đành, người đi biền biệt
Như con sông chảy đến vô cùng
Sông đi không về thăm bến cũ
Con đò khoắc khoải chờ mong*

*Con đò dập dềnh bão táp
Chở nỗi buồn đi chẳng tới bờ
Nước mênh mông chảy quanh nguồn cũ
Không hẹn trở về sông em xưa...*

[]

*Em xưa, những xưa mưa, xưa nắng
Nón che nghiêng một nửa trời đau
Giọt nắng cũng hiền như giọt lệ
Đắng cay đời cũng ngọt bùi nhau*

*Xưa đưa nhau, đường thênh thang mộng
Hẹn suốt trăm năm không đến cuối đường
Từng dấu chân xanh ngời hạnh phúc
Nở hoa trên từng gai góc đau thương"*.

Đành Sao Thiên Thu, có lúc người đọc như vừa đọc *Cung oán ngâm khúc* (Nguyễn Gia Thiều) cảm thấy cái Oán của thân phận người cung nữ... Cũng là cái chết tức tưởi của; *"Của người em nhỏ hậu phương tuổi xuân thì"*!... Có lúc thì *Chinh phụ ngâm* (Đặng Trần Côn & Đoàn Thị Điểm) Cái ngâm buồn của người chinh phụ!... Mà cái ngâm xót xa kẻ chinh nhân "Không chết" quay về ôm mồ vợ, vỗ về con thơ! Đành sao thiên thu!!!

Lê Thanh
(Thung Lũng Hoa Vàng tháng 8/2022)

MỤC LỤC

◆ Thay lời tựa
NHỮNG KHỐI U VUN TỪ NHỮNG... 7

◆ **ĐÀNH SAO, THIÊN THU**
1. Tiếng Hát Thời Gian   13
1. Mưa Trên Hầm Đại Liên   16
2. Bước Chân Mưa   17
3. Chờ Trực Thăng Tải Thương   18
4. Tuyệt Khúc Vàng   19
5. Đọa Đày Ca   21
6. Chiều Phai   33
7. Anh Biết Làm Sao   34
8. Ngày Em Đi   35
9. Chiều Nghĩa Trang   36
10. Giọt Lệ Hoàng Hôn   37
11. Bóng Tối Lặng Thinh   39
12. Đành Sao Thiên Thu   40

◆ **ĐÀNH SAO THIÊN THU**   128
(nhạc "Đành Sao Thiên Thu", Kiên Thanh phổ)

13. Chiếc Bóng Gầy Khô   140
14. Đi Đâu Quên Về   142
15. Giữa Trời   143
16. Theo Dấu Chiêm Bao   144
17. Để Thương Để Nhớ   145
18. Chiều Thăm Mộ   146

19. Bóng Nhạn	148
20. Men Say	149
21. Bao Nhiêu Điều Tại Sao	150
22. Trông Xa	151
23. Về Tuy Hòa	152
24. Đêm Còn Chờ Mộng	154
25. Có Một Ngày Xưa	155
26. Dấu Chân Xưa	157
27. Kỷ Niệm	158
28. Lệ Không Màu	159
29. Trắng Ngoài Thiên Thu	160
30. Không Chỉ Có Yêu Thương	*161*
31. Dặm Chiều	162
32. Anh Về	164
33. Níu Chiều Thảng Thốt	165
34. Lặng Lẽ Chiều Xa	167
35. Trầm Mộng	169

♦ **LÊ THANH** 171
Đọc "Đành Sao Thiên Thu" của Đặng Kim Côn

Nhân Ảnh
2025

Liên lạc với tác giả:
Đặng Kim Côn
Email: dangkimcon@ymail.com

Liên lạc Nhà xuất bản
Nhân Ảnh
E.mail: han.le3359@gmail.com
(408) 722-5626

www.ingramcontent.com/pod-product-compliance
Lightning Source LLC
LaVergne TN
LVHW042045070526
838201LV00077B/590